हातात तुझा हात

हातात तुझा हात

तुझे शब्द,

माझे शब्द

तुझे माझे प्रेम, निशब्द.

हातात तुझा हात

दिशाहीन नजर व्हावी,

एकत्र आपण स्वप्न

पूर्ण होताना पाहावी.

हातात तुझा हात

तुझं किंचित लाजणं,

लाजऱ्या प्रेमळ नजरेने

मला घायाळ करणं.

हातात तुझा हात

सारंच कसं लपलेलं,

तू कितीही लपवलंस तरी

मला सगळं कळलेलं.

हातात तुझा हात

आपण दूर राहणं,

प्रेमाहून लडिवाळ

आपलं दुराव्याच नातं.

हातात तुझा हात

हस्तरेखांची गुंतागुंत,

भिरभिरणाऱ्या नजरा

आणि स्तब्ध आसमंत.

हातात तुझा हात

सारं स्पष्ट कळावं,

तू समाजाला भ्यायलेली

मी उन्मुक्त असावं.

हातात तुझा हात

मोकळे तुझे केस असावेत,

तुझ्या केसात मग

प्रीतीचे श्वास रहावेत.

हातात तुझा हात

आपण एकटं असावं,

दूर हिरव्या टेकडीवर

प्रेमाचं एक झोपडं असावं.

हातात तुझा हात

पाखरांनी घरटं बांधावं,

आपल्या प्रेमाच्या निवाऱ्यासाठी

आपलं एक घर असावं.

हातात तुझा हात

आपण एकत्र असलेला वेळ,

नकळत नजरांनी खेळलेला

निरागस प्रेमाचा खेळ.

हातात तुझा हात

तू सोडवून घ्यावास,

बिलगून तू मला

स्वतः माझा हात धरावास.

हातात तुझा हात

डोळ्यात स्वप्न असावीत,

हातात हात राहून

स्वप्न अस्तित्वात यावीत.

हातात तुझा हात

माझं बेसूर असणं,

तू सूर साधून

आपल्या प्रीतीचं गीत गाणं.

हातात तुझा हात

आपण शांत राहणं,

तू माझ्यासाठी

मी तुझ्यासाठी कविता करणं.

हातात तुझा हात

आपण शांत राहणं,

जगापासून लपवून

एकमेकांवर प्रेम करणं.

हातात तुझा हात

आपण झाडाखाली असणं,

झाडाची सावली घेऊन

तू माझी सावली होणं.

हातात तुझा हात

तुझं बालिश वागणं,

अपार प्रेम असूनही

समोर असताना लपवणं.

हातात तुझा हात

आपण एकटं असावं,

त्या एकांतावर

प्रेमाचं राज्य असावं.

हातात तुझा हात

आयुष्यभर राहील का?

माझं आहे तसंच तुझं,

माझ्यावर प्रेम आहे का?

हातात तुझा हात

आपण कविता लिहिताना,

आपल्या प्रेमावर दोघांनी

कविता रचत असताना.

हातात तुझा हात

स्वप्नातही असतो,

आपले स्वप्न पूर्ण होताना

मी स्वप्नांत पाहतो.

हातात तुझा हात

आपले प्रेम करणं,

जिवंतपणी एकमेकांवर

अबोल प्रेमात झुरणं.

हातात तुझा हात

काही प्रश्न मनात,

उत्तरे सापडतात

तुझ्या अबोल डोळ्यात.

हातात तुझा हात
जवळ आपण येणं,
ते क्षण जपण्यासाठी
तुझे डोळे मिटणं.

हातात तुझा हात
तुला सावली देणं,
उन्हातही प्रेमसरींचा
आल्हादक अनुभव घेणं.

हातात तुझा हात
घेऊन अदृश्य व्हावं,
विसरून साऱ्या जगाला
एकमेकात हरवून जावं.

हातात तुझा हात
आपण जवळ येणं,
निरागस त्या चुका
पुन्हा पुन्हा करणं.

हातात तुझा हात
कानाशी येणारे श्वास,
घनदाट केसांच्या
प्रेमातल्या गुंफणांचा वास.

हातात तुझा हात
माझं तुझ्यावर रागावणं,
लपवून मग साऱ्यांशी
तुझं मला भेटणं.

हातात तुझा हात
आपल्याला कोणी पाहाणं,
माझं तुला सोडून
सर्वांना दुर्लक्षित करणं.

हातात तुझा हात
हळूच घ्यावा चालताना,
मैत्रीण तुझी पाहील म्हणून
दचकून तू सोडताना.

हातात तुझा हात
दोघंच पत्ते खेळत असताना,
हातात असतानाही डाव
मी ठरवून हरताना.

निसर्ग बहरलेला

हातात तुझा हात

तुझं लाजणं,

गोंडस फुलवार जसं

फुलपाखरांचं बसणं.

हातात तुझा हात

कळी गोंडस फुलावी,

आपल्या प्रीतीला पाहून

ती फुल होण्याची थांबावी.

हातात तुझा हात

विसरून जावं सारं,

निसर्गात फिरावं स्वच्छंद

प्रीतीचं होऊन वारं.

हातात तुझा हात

मनाचा मोह,

ग्रीष्मातल्या गुलाबासारखं
मनातलं बहरणं.

हातात तुझा हात

खिडकीत छोटा पक्षी असावा,

निरागस आपल्या प्रेमाचा

तो साक्षीदार असावा.

हातात तुझा हात

सकाळी फुल फुलताना,

आपल्या नकळत

मनं जुळताना.

हातात तुझा हात

सोडून जर मी जाणार,

बेरंग फुलासारखं

माझं आयुष्य होणार.

हातात तुझा हात

खळी तुझ्या गालांना,

गंध प्रेमाचा

तुझा कृत्रिम फुलांना.

........To the lady of cotton roses

हातात तुझा हात

हिरव्या सावलीत असताना,

तुझ्या ओठांचे रंग

माझ्या हातांवर वाहताना.

हातात तुझा हात

फुलाला गालांनी कुरवाळणे,

कळीचं फुल होताना

आपले प्रेम फुलावे.

तू आणि मी

फुलं वेचत फिरावं,

आपल्या सोबतीला

गोड फुलपाखराने असावं.

अश्रू

हातात तुझा हात

आपल्या नजरा हरवणाऱ्या,

डोळ्यातले अश्रू

मनात साठवणाऱ्या.

हातात तुझा हात

अश्रू ओघळून यावे,

नकळत ओठांद्वारे

प्रेम व्यक्त व्हावे.

हातात तुझा हात

डोळ्यात तुझ्या पाहताना

अश्रू होऊन तुझा

डोळ्यातून तुझ्या वाहताना

हातात तुझा हात

डोळ्यात अश्रू येणं,

माझ्या डोळ्यांनी

त्यांना आठवणीत साठवणं.

भिजलेला पाऊस

हातात तुझा हात

पावसात चिंब भिजावं,

भिजून आपण दोघांनी

पावसाला ओल करावं.

हातात तुझा हात

वीज एक चमकावी,

तू मला बिलगून

पावसाची सर यावी.

हातात तुझा हात

आकाश निरभ्र व्हावं,

मोकळ्या निरभ्र आकाशने

प्रेमाने रंगीत व्हावं.

हातात तुझा हात

ढगांचं दाटून येणं,

प्रेमाने भिजलेल्या आसमंतात

पावसाचा वर्षाव होणं.

हातात तुझा हात

अचानक पर्जन्यधारा,

तू बिलगावंस

म्हणून

वाहतो गार वारा.

सारे प्रहर

हातात तुझा हात

हिरव्या गवतात असावा,

प्रीतिस आपल्या पाहून

सूर्याचा जळफळाट व्हावा.

हातात तुझा हात

मेणबत्ती एकटी वितळते,

अंधारलेल्या माझ्या डोळ्यात

तुला प्रेम दिसते.

हातात तुझा हात

टेकडीवर कातरवेळ,

संध्यकाळची पाखरे पाहतात

आपल्या प्रीतीचा खेळ.

हातात तुझा हात

खिडकीत सूर्य मावळणारा,

लाजून पौर्णिमेला

चंद्र आकाशात लपणारा.

हातात तुझा हात

नजरांनी खेळ करावा,

मनमोहक, कधी ना संपणारा

संध्याकाळचा तो सुंदर वेळ असावा.

हातात तुझा हात

क्षितिजावर सांज पसरणं,

सूर्याने तुला पाहायला

रात्रीच होणं थांबणं.

हातात तुझा हात
चांदण्याची रात्र असावी,
सर्द धुक्याच्या पहाटेस
कधीही सकाळ नसावी.

हातात तुझा हात
जागलेली रात्र श्वासात,
आठवणी त्या क्षणांच्या
गजबजलेल्या मनात,

हातात तुझा हात
गुंतलेले गात्र,
डोळ्यात एकत्र जपलेली
क्षणात सरलेली रात्र.

हातात तुझा हात

दिवसभर असावा,

रात्र संपूनही सारी

थोडा अंधार उरावा.

हातात तुझा हात

गुंतलेले एकमेकांचे श्वास...

जपलेले ओठांचे स्पर्श ....

वाहलेले दुपारचे क्षण....

हातात तुझा हात

चेहऱ्यावर उन्हाचा कवडसा पडावा,

आपल्या मधुर एकांतात

सूर्यानी जसा शिरकाव करावा.

विसरलेल्या वाटा

हातात तुझा हात

वाट कधी ना संपणारी,

एकमेकांना कळूनही

प्रीत दडलेली असणारी.

हातात तुझा हात

गर्दीतही मनाला शांतता,

वाट संपून.........वीरह

मनात गजबजलेली आर्तता.

हातात तुझा हात

पायांनी अडखळणं,

साऱ्या सीमा ओलांडून

तू मला **बिलगणं.**

हातात तुझा हात

तू जवळ येणं,

सरळ सोप्प्या वाटेतील

ती मोहक वळणं.

हातात तुझा हात

मोकळ्या रस्त्यावर असावा,

अशावेळी आपल्यात

थोडाही दुरावा नसावा.

हातात तुझा हात

वाटेनी चालताना,

चालता चालता, अचानक

तुला जवळ घेताना.

हातात तुझा हात

तुला घरी सोडावं,

अधिक सहवास मिळवण्यासाठी

आडवाटेने जावं.

हातात तुझा हात

रूळातून चालताना,

तुझे डोळे मिटलेले

माझ्या मिठीत येताना.

हातात तुझा हात

मी गप्प राहणं,

बोलावं काही म्हणून

वाटेनी मुद्दाम संपणं.

हातात तुझा हात

घेऊन चालत राहणं,

आपण चाललेल्या वाटा

मग कधीही ना संपणं.

निशब्द शब्द

अस्पषटसे शब्द.

विरघळले माझ्या श्वासात,

हातात तुझा हात

स्वप्न दडलेलं हृदयात.

हातात तुझा हात

किंचित थरथरणारा,

ओठांवर येऊनही शब्द

उच्चारता न येणारा.

हातात तुझा हात

तुझं कविता वाचणं,

शब्दांच्या माझ्या

तुझ्यावर भाळणं.

हातात तुझा हात

आपण काही न बोलणं,

शांततेत शब्दांनी

स्वतः कविता होऊन येणं.

हातात तुझा हात

सृष्टी निशब्द असावी,

शब्दात न मावणारी

आपली अबोल प्रीत असावी.

हातात तुझा हात

तुझं सुरात गाणं,

माझे सारे शब्द

तुइ्या साठी असणं.

हातात तुझा हात

कळीने मूक फुलावं,

मी निशब्द राहूनहि

तुला सगळं कळावं.

हातात तुझा हात

तुला मिठीत घेणं,

शब्दानं पलीकडलं प्रेम

स्पर्शाने तुला सांगणं.

हातात तुझा हात

आपण कविता रचणं,

तू माझ्यावर, मी तुझ्यावर

शब्दांविना रुसणं.

हातात तुझा हात

मूकपणा प्रेमाचा,

शब्दात साठलेला

आवाज शांततेचा.

हातात तुझा हात

हातावर रेघोट्या काढताना,

शब्दांपलीकडलं सारं

शब्दात जपून ठेवताना.

हातात तुझा हात

तुझं गोड हसणं,

कविता लपविल्यावर

माझ्यावर रुसणं.

हातात तुझा हात

ओठांनी ओठांना द्यावा शब्द,

आपल्या प्रेमाला पाहून

आसमंतही होऊ द्यावा स्तब्द.

हातात तुझा हात

छोटीशी कविता सुचावी,

हात सोडून पण

लिहिण्याची इच्छा नसावी.

हातात तुझा हात

तू गाणं व्हावंस,

होऊन मग शब्द

कवितेत माझ्या यावंस.

हातात तुझा हात

मी मूक रहाणं,

तुझ्या कवितांसाठी

मौन पाळणं.

वाळूत हरवलेला किनारा

हातात तुझा हात

समुद्रास पहात बसावं,

नदी सागरा सारखं

आतुर आपलं प्रेम असावं.

हातात तुझा हात

वाळूत पाऊल उमटावी,

समुद्राने मग ती

आठवणीत साठवावी.

हातात तुझा हात

निर्झराने लडिवाळ वाहावे,

त्यांनीही स्तब्ध होऊन

आपल्या मिलनास पाहावे.

हातात तुझा हात

आपण नदी काठी असावे,

पाण्यात दुपार विरघळताना

आपण एकत्र राहावे.

हातात तुझा हात

वाळूत चालताना,

लाटा ओसरून

तू जवळ येताना.

हातात तुझा हात

समुद्रावर आपण भेटणं,

आपल्या निरागस मनांना

लाटांनी स्पर्श करणं.

हातात तुझा हात

लाटांमधून चालताना,

पाणी स्तब्द राहून

आपण एकमेकात वाहणं

एक स्पर्श

हातात तुझा हात

खांद्यावर चेहरा पहुडलेला,

वेलीने वृक्षाला द्यावा आधार

तसा चेहऱ्याचा आधार खांद्याला.

हातात तुझा हात

गालांना ओठांचा ओलावा,

ग्रीष्मात मोगऱ्यांमधून मिळतो

तसाच तुझा गारवा.

हातात तुझा हात

मी बिलगून धरावा,

किंचितही आपल्यात

दुरावा न उरावा.

हातात तुझा हात
हाताला आधार असावा,
जवळ येऊन आपण
प्रीतीचा रंग आजमावा.

हातात तुझा हात
उन्ह सावल्यांचा खेळ,
अंधारात सावल्यांचा
अप्रूप स्पर्शांचा खेळ.

हातात तुझा हात
अप्रूप स्पर्श व्हावा,
जवळ आपण येऊन
एकच श्वास घ्यावा.

हातात तुझा हात

स्पर्शाने मन मोहून जावं,

ओलांडून साऱ्या सीमा

तुला जवळ घेत जावं.

हातात तुझा हात

ओठांना हातांचा स्पर्श,

अनुभवलेल्या त्या क्षणांनी

निसर्गात पसरावा हर्ष.

हातात तुझा हात

आयष्यभर रहावा,

दोन देह असले तरी

एक आत्मा असावा.

हातात तुझा हात

डोळे बंद करावेत,

हातातले ते हात

एकमेकांचे व्हावेत.

हातात तुझा हात

थंड हवा असावी,

प्रमाणे मग आपल्या

एकमेकांना ऊब द्यावी

हातात तुझा हात

वाऱ्याची हलकी झुळूक....

निरागस थंड

श्वासात वाहणार प्रेम....

हातात तुझा हात

आपली हृदय प्रेमाने बहरलेली,

माझ्या हातांची बोटे

तुझ्या स्पर्शाने मोहलेली.

हातात तुझा हात

तू मला भेटणं,

आपण एकमेकांनी

एकमेकात हरवणं.

हातात तुझा हात

तुझ्या डोळ्यांत हरवणं,

आपल्या दोघांच्या डोळ्यात

एकमेकांना प्रेम दिसणं.

हातात तुझा हात

काळजात आठवणींचा सुगंध,

नकळत जोडलेला

आपल्या प्रेमाचा बंध.

हातात तुझा हात

तुझा माझ्या कमरेवर,

कातरवेळी सूर्य थबकावा

तुला पाहून, क्षितिजावर.

हातात तुझा हात

दचकत तुझं मिठीत येणं,

पायांवर भार देऊन

माझा आधार होणं.

हातात तुझा हात

तुझं लाजणं,

एकमेकात आपण

श्वासांमधून वाहणं.

हातात तुझा हात

तुला जवळ घेणं,

लाजाळूच्या पानासारखं

तुझं, माझ्या स्पर्शाने लाजणं.

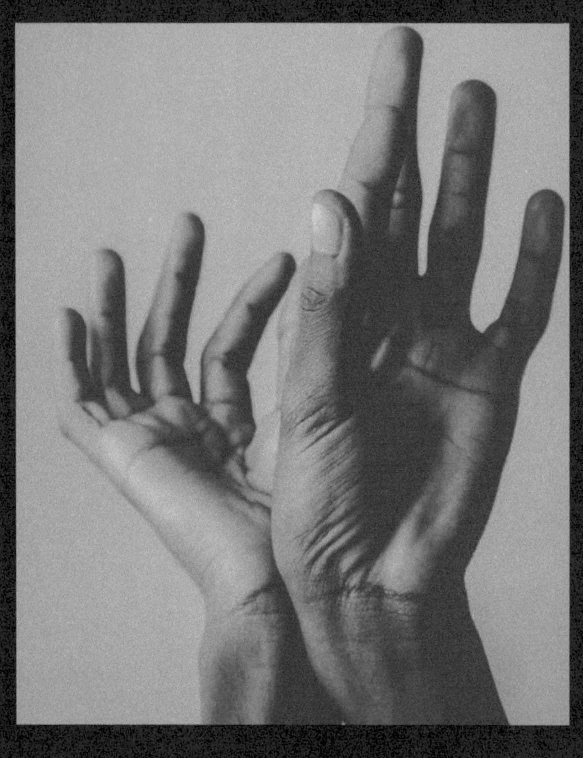

हातात आपले हात:

तू आणि मी

तू आणि मी

एकटेच एकत्र चालताना,

एकमेकांपासून लपवून

एकमेकांवर प्रेम करताना.

तू आणि मी

का होतो निशब्द?

खरंच इतकं अवघड आहे का?

बोलणं ते तीन शब्द

तू आणि मी

एकत्र गाणं म्हणावं,

तू माझी आणि मी तुझा

प्रेमाचा सूर व्हावं.

तू आणि मी

पाण्याखालून पोहावं,

दोघांनी एकमेकांचा

अप्रूप श्वास व्हावं.

तू आणि मी

दोन शरीर आहोत,

पण मनाने आपण

संपूर्णपणे एक आहोत.

तू आणि मी

इथून पळून जावं,

दूर टेकडीवर

प्रेमाचं एक घरटं असावं.

तू आणि मी

सोबतीने संध्याकाळी असावं,

आपल्या प्रेमाला पाहत

सूर्याने क्षितिजावर रेंगाळावं.

तू आणि मी

समुद्राच्या लाटांमध्ये खेळावं,

लाटा आणि वाळूसारखं

जन्मोजन्मी एकत्र असावं.

तू आणि मी

झाडांच्या आडोशाला बसावं,

लाजून सूर्याने मग

हिरवीगार सावली बनावं.

तू आणि मी

एकमेकांच्या डोळ्यात पाहावं,

डोळे मिटून आपण

एकमेकांना जवळ घ्यावं.

तू आणि मी

चंद्राला पाहत जागावं,

आपण जवळ येऊन

चंद्राने ढगांमध्ये लपावं.

तू आणि मी

कविता लिहीत बसावं,

एकमेकांसाठी आपण

एकमेकांचे शब्द व्हावं.

तू आणि मी

दूर फिरायला जावं,

समजून मग वाटेने

आपल्यात हरवावं.

तू आणि मी

पहिल्या पावसात भिजावं,

वाहणाऱ्या पाण्यात मग

प्रेमाची कविता व्हावं.

तू आणि मी

लपून रोज भेटणं,

साऱ्यांपासून लपवून

एकमेकांवर प्रेम करावं.

तू आणि मी

अबोल प्रेम करावं,

शब्दात न सामावणारं

आपलं प्रेम असावं.

तू आणि मी

एकमेकांजवळ येणं,

समजून सारं काही

पुन्हा पुन्हा चुका करावं.